AF758768

രാഘവൻ ബെള്ളിപ്പാടി

കാസർകോട് ജില്ലയിലെ മുളിയാർ പഞ്ചായത്തിൽ ബെള്ളിപ്പാടിയിലാണ് താമസം. അച്ഛൻ: പി കൃഷ്ണൻ നായർ. അമ്മ: കെ നാരായണി അമ്മ. ഇരിയണ്ണി ഗവൺമെന്റ് ഹൈസ്കൂൾ, കാസർകോട് ഗവൺമെന്റ് കോളേജ് എന്നിവിടങ്ങളിലായി വിദ്യാഭ്യാസം. ചരിത്രത്തിൽ ബിരുദവും ബിസിനസ് മനേജ്മെന്റിൽ (ബാംങ്കിംഗ് മാനേജ്മെൻറ്) ബിരുദാനന്തര ബിരുദവും നേടിയിട്ടുണ്ട്.1990 മുതൽ കാസർകോട് പബ്ലിക് സർവ്വന്റ്സ് സഹകരണ സംഘത്തിൽ സെക്രട്ടറിയായി ജോലി ചെയ്യുന്നു. മലയാളത്തിലെ പ്രമുഖ ആനുകാലികങ്ങളിൽ ലേഖനങ്ങളും കവിതകളും പ്രസിദ്ധീകരിച്ചിട്ടുണ്ട്. സംസ്ഥാന സഹകരണ യൂണിയന്റെ മുഖമാസികയായ കേരള സഹകരണ ജേർണലിൽ ലേഖനങ്ങൾ എഴുതുന്നു. 'ആത്മചൈതന്യം' കവിതാ സിഡിയും 'കാണിക്ക' എന്ന ഭക്തിഗാന സിഡിയും ഇറക്കിയിട്ടുണ്ട്. ആകാശവാണിയിൽ കവിതകൾ അവതരിപ്പിച്ചിട്ടുണ്ട്. മുംബൈ, ഗോവ, മംഗളൂരു എന്നിവിടങ്ങളിൽ കവിസമ്മേളനത്തിൽ കവിതകൾ അവതരിപ്പിച്ചിട്ടുണ്ട്. നേർരേഖ (ലേഖന സമാഹാരം), സാക്ഷിമൊഴി, ബാർട്ടർ ജീവിതം, കുഴിച്ചിട്ട മൗനം, തുറിച്ചു നോക്കുന്ന വാക്കുകൾ (കവിതാ സമാഹാരങ്ങൾ), വടക്കൻ സ്കെച്ചുകൾ (ഓർമ്മക്കുറിപ്പുകൾ) എന്നിവയാണ് പ്രസിദ്ധീകരിച്ച കൃതികൾ. ദക്ഷിണ കന്നട സാഹിത്യസിരി കവിതാ പുരസ്കാരം, ഉബൈദ് ലൈബ്രറി അവാർഡ്, തുളുനാട് അവാർഡ് എന്നിവ ലഭിച്ചിട്ടുണ്ട്.

ഭാര്യ : ലതിക എം.

മക്കൾ : അമർനാഥ് എൽ. ആർ., ചിന്മയി എൽ. ആർ.

വിലാസം : 'അമൃതം', ബെള്ളിപ്പാടി, പി. ഒ. ഇരിയണ്ണി, മുളിയാർ (വഴി), കാസർകോട്- 671542.

മൊബൈൽ: 9446271118, ഇമെയിൽ: raghavanbellipady@gmail.com.

Malayalam Language
Pranayam innaleyum undayirunnu
(Poems)
by
Raghavan Bellipady

♦

Published in September 2022
by Kairali Books Private Limited
Thalikkavu Road, Kannur.
Ph : 0497-2761200
E-Mail : Kairalibooksknr@gmail.com

♦

Cover Design :
Prasanth Mangad

♦

Price ₹ : 120.00
38/22-23/Sl.No.1343/300/NS 18.6
ISBN 978-93-49727-93-9

പ്രണയം
ഇന്നലെയും ഉണ്ടായിരുന്നു

രാഘവൻ വെള്ളിപ്പാടി

കൈരളി ബുക്സ്

ഉള്ളടക്കം

മനുഷ്യൻ ...07
ശവാസനം ...08
ഒരു നാൾ ...09
ലൈബ്രേറിയൻ ...10
കണക്ക് ...11
അറിയാതിങ്ങനെ... ...12
ഒരു വാക്കു നടുമ്പോൾ ...14
ചെളിക്കണ്ടത്തിൽ ...15
യുദ്ധം ...16
പൂർവ്വ വിദ്യാർത്ഥികളുടെ വാട്സ് ആപ്പ് ...17
അവൾ ...19
ഒരു നാൾ ...20
ക്ലീൻ ചാറ്റ് ...21
മഴ ചിരിക്കുന്നു രൗദ്രമായ് ...22
ഓരോ വഴിയിലും ...24
ജീവിതം ...25
ഒട്ടുമാവ് ...26
ഉത്തരം കിട്ടാത്ത ചോദ്യം ...27
അടക്കിപ്പിടിച്ച കരച്ചിലുകൾ ...28
ശബ്ദങ്ങൾ ...29
പ്രണയം ഇന്നലെയും ഉണ്ടായിരുന്നു ...31
ഇ-ക്ലാസ്സ് ...32
നാടിന്റെ നോവുകൾ ...33
നമുക്കിടയിൽ ...34
വിദ്യാലയം ...35
മറവി ...36
ജൂൺ അഞ്ച് ...37
ചിത ...38
തിരച്ചിൽ ...39
ഒരുമിച്ചിരിക്കുമ്പോൾ ...40
പക്ഷെ ...41

പ്രണയം
ഇന്നലെയും ഉണ്ടായിരുന്നു

രാഘവൻ ബെള്ളിപ്പാടി

കൈരളി ബുക്സ്

ഉള്ളടക്കം

മനുഷ്യൻ	...07
ശവാസനം	...08
ഒരു നാൾ	...09
ലൈബ്രേറിയൻ	...10
കണക്ക്	...11
അറിയാതിങ്ങനെ...	...12
ഒരു വാക്കു നടുമ്പോൾ	...14
ചെളിക്കണ്ടത്തിൽ	...15
യുദ്ധം	...16
പൂർവ്വ വിദ്യാർത്ഥികളുടെ വാട്സ് ആപ്പ്	...17
അവൾ	...19
ഒരു നാൾ	...20
ക്ലീൻ ചാറ്റ്	...21
മഴ ചിരിക്കുന്നു രൗദ്രമായ്	...22
ഓരോ വഴിയിലും	...24
ജീവിതം	...25
ഒട്ടുമാവ്	...26
ഉത്തരം കിട്ടാത്ത ചോദ്യം	...27
അടക്കിപ്പിടിച്ച കരച്ചിലുകൾ	...28
ശബ്ദങ്ങൾ	...29
പ്രണയം ഇന്നലെയും ഉണ്ടായിരുന്നു	...31
ഇ-ക്ലാസ്സ്	...32
നാടിന്റെ നോവുകൾ	...33
നമുക്കിടയിൽ	...34
വിദ്യാലയം	...35
മറവി	...36
ജൂൺ അഞ്ച്	...37
ചിത	...38
തിരച്ചിൽ	...39
ഒരുമിച്ചിരിക്കുമ്പോൾ	...40
പക്ഷെ	...41

കർഷകൻ	...42
വീട്ടു തടങ്കൽ	...43
വാക്കിനുള്ളിലെ വിക്ക്	...44
തുളുനാട്	...45
തറവാട്	...47

മനുഷ്യൻ

മനുഷ്യൻ കിതയ്ക്കുകയാണ്.
കുരങ്ങിൽനിന്നും
ഒരടി മുന്നോട്ട്
നടക്കാനാവാതെ.
അവൻ പിടയുകയാണ്
സമൂഹം മതാന്ധതയിൽ
ആണ്ടു പോയതിൽ.
നന്മകൾ തിരയുകയാണ്,
തിന്മകളെയൊട്ടും
കീഴ്പ്പെടുത്താത്തതിൽ.
തുഴയുകയാണ്,
ഓവുചാലുകളിൽ
കര കയറാനായ്.

അവൻ കയർക്കുകയാണ്
തന്നോടും നിഴലിനോടും
ചുറ്റുപാടുകളോടും.
എന്നിട്ടും സമൂഹം
താഡിക്കുകയാണ്
ഓരോ ചെയ്തികൾക്കും
കണക്കു തീർത്തുകൊണ്ട്.
അകലം, അകലം
നാം തമ്മിൽ അകലം.
അകലുകയാണ്
അടുക്കാനാവാതെ.
ഓരോ അടുപ്പവും
പിന്നേയും നമ്മെ
വേർതിരിക്കുന്നു.

♦

ശവാസനം

ആനയിറങ്ങുകയാണ്
കാട്ടിൽ നിന്നും നാട്ടിലേക്ക്,
കർഷകർ കേഴുകയാണ്
അരവയർ മുറുക്കുകയാണ്...
ഹൃദയത്തിൽ
താളം തെറ്റിയ
ഇടറിയ മിടിപ്പുകൾ..
തിളച്ച പാലിൽ
ഇത്തിരി ഭൂമിയുടെ
നീറലും പോറലും...
കാലാതീതമായി
കുതിരുന്ന മഴയിലും
പുണരുന്ന വെയിലിലും
പുലർത്തിയ കാട്ടിലും
ദീർഘ നിശ്വാസത്തിന്റെ
താളപ്പെരുക്കം...
തപ്പിത്തടയുമ്പോൾ
കൈകാലുകളിൽ
കുരുക്കുന്ന കയറുകൾ...
ആകാശം കീറാൻ
വിമാനങ്ങൾ ചീറുന്നുണ്ട്
സെലക്ഷൻ ഫെല്ലിങ്ങിനാൽ
നീളെ മുറിച്ചു വിറ്റ
മരങ്ങളുടെ ശവാസനം...

♦

ഒരു നാൾ

തുഴയുകയാണ്
തിരമുറിച്ചവിരാമം
പിടയുകയാണ്
പടനയിച്ചതിവേഗം.
പിടിവിട്ട മണ്ണിനെ
തടയുവാനാകാതെ
പിടിച്ചു നിൽക്കാനൊരു
പിടി വള്ളി തേടുന്നു.
നിരവധി കാലങ്ങളാൽ
ഭൂവിനെ പിളർന്നിട്ടും
പലകുറി പിടഞ്ഞിട്ടും
അടവിതൻ ഗദ്ഗദം
അറിഞ്ഞതേയില്ലവിരാമം.
മേലോട്ടു കുതിക്കുമ്പോൾ
താഴോട്ടു നോക്കാതെ
പണാധിപത്യം കേറി നാം
വെട്ടി രസിക്കയല്ലോ.
ഒരു നാളീ കാറും കോളും
ആസേതുഹിമാചലം
വന്നു പൊതിയും മേലെ
പിടയ്ക്കാൻ വയ്യാത്ത പോൽ.

♦

ലൈബ്രേറിയൻ

ചുവരുകൾക്കുള്ളിലൊരുത്തി
പുസ്തകമണം പിടിച്ചാമാശയം
നിറച്ചാസ്വദിക്കുന്നു ജീവിതം
കുറച്ചിലൊട്ടുമില്ലാതനവരതം.
നിങ്ങളറിയാത്ത പിടച്ചിലി
ലാണവൾ നീറുന്ന കാര്യം തിരക്കിയോ?
പുസ്തകത്തിനപ്പുറം നിങ്ങൾ ചെന്നോ?
വായിച്ചോ,യവളെ വരികളിൽ.
ഇല്ല, നിങ്ങൾ വായിച്ചത് വരികൾക്കിടയിൽ
തിരഞ്ഞില്ല ജീവിതം, തേടിയില്ല കഥകൾ,
വെറും യന്ത്ര ഭാഷയിലല്ലോ തീർപ്പൂ
പുസ്തക സാക്ഷ്യങ്ങൾ.
തേടിത്തേടിയലയണം ഭാഷ
മോടി കൂട്ടിയെരിയണം, തന്നത്താൻ
പിടച്ചിലിലുലയണമലയണം,
എങ്കിലേ നിങ്ങളറിയൂയവളെ.
പുസ്തകത്താളിൽ തിരഞ്ഞാലില്ല
നീളുന്ന ചർച്ചകളിൽ, പ്രഭാഷണങ്ങളിൽ
സംസ്കാരത്തിൽ, സാഹിത്യത്തിൽ
ഇല്ല, യവൾ തലനീട്ടുന്നതെവിടെയും.
എങ്കിലോ, ഗ്രന്ഥാലയത്തിന്റെ
നില്പിലും നിലനില്പിലും
കോറിയിട്ടിട്ടുണ്ടവൾ സ്വയം
ഗ്രേഡിന്റെ മുനമ്പിലൊരു മാർക്കായി.

♦

കണക്ക്

കണക്ക് കണ്ണുരുട്ടി
പേടിപ്പിച്ചു.
അവൾ വിറച്ചു,
ആലിലപോലെ.
എന്റെ പ്രജ്ഞ നശിച്ചു,
അവളുടെ സ്വൈരവും.
'കണക്കു പഠിച്ചില്ലെങ്കിൽ
ആകാശം ഇടിഞ്ഞു വീഴുമോ?
കണക്കാണോ ജീവിതം?'
അവളുടെ നോട്ടത്തിൽ
ധ്വനി തിരയുന്നു.
മകളേ, കലികാലത്തിൽ
കണക്കാണ് ജീവിതം.
ജനനത്തിനും മരണത്തിനുമിടയിലെ
മുഴക്കം.
പിഴച്ചാൽ കണക്ക് തിരുത്താം.
ജീവിതമോ?

♦

അറിയാതിങ്ങനെ...

എല്ലാം ചെയ്യുന്നതറിയാതെ
എന്തും ചെയ്യുന്നതറിയാതെ
നീയറിയാതെയാണ്
ഞാനിവിടെ വന്നത്...
ഞാനെന്നെത്തന്നെ
മറന്ന നിമിഷങ്ങളിൽ
നീ നിന്നിൽ ഒതുങ്ങി,
ഞാനും നീയും ഒന്നായപ്പോൾ
ഒന്നായ നിന്നെയിഹ
രണ്ടെന്നു നീ ചൊല്ലി....
കഥ വായിച്ചവർ
കവിത ചൊല്ലിയവർ
കാലത്തിലുൾവലിഞ്ഞു,
കടൽ മുന്നോട്ടാഞ്ഞു
കര പിൻവലിഞ്ഞു
അതിനിടയിൽ നാം
ഇരു മെയ്യിൽ പലതായി.
ഒരു പുഴയിൽ തന്നെ
പല വെള്ളമൊഴുകി
പുഴ പലതായി...
കാലം മാറി,കഥ മാറി
കാലാവസ്ഥ മാറി
മെലിഞ്ഞ പുഴയിൽ
വെള്ളം കൊള്ളാതായി...
ഉൾക്കൊള്ളാനാകാത്ത
വികസനപ്പെയ്ത്തിൽ
മണ്ണു കീറി, കര നീറി
കാട്ടാള വേഷത്തിൽ

നരൻ നരിയായി
ഞാനും നീയും
പരസ്പരം വാളോങ്ങി
കണ്ടാൽ മിണ്ടാതായി,
കൊണ്ടാലോ
കുലുക്കമേയില്ല,
അറിയാതിങ്ങനെ....

♦

ഒരു വാക്കു നടുമ്പോൾ

ഒരു വാക്കു നടുമ്പോൾ
തഴയ്ക്കണം വാക്കുലകൾ
മറു വാക്കു ചൊല്ലുമ്പോൾ
പൊലിയണം മഹാശയം.
ഒന്നിൽ നിന്നും കിളിർക്കണം
അനേകം പദാവലികൾ
തളിർക്കണമതിൽ നിന്നും
കവിതപ്പെരുമാമ്പഴം
ഒന്നോടൊന്നു കൂടുമ്പോൾ
ഒരായിരം നിവരണം
ഒന്നിൽ നിന്നൊന്നു
കുറഞ്ഞെന്നാൽ,മറ്റനേകം
പൊലിയണമന്യൂനം...
വരും തലമുറയ്ക്കായെല്ലാം
വഴിയൊരുക്കി വിതയ്ക്കണം
അന്യനു വഴി കാട്ടണം
അന്യഥാ വിളക്കാകണം..
ചൊല്ലെഴും കവി വാക്യംപോൽ
കണ്ണീർക്കണം പൊഴിച്ചെന്നാൽ
ഉദിക്കണമായിരം സൗരമണ്ഡലം
മറിച്ചൊന്നുമാകേണ്ട
എങ്കിലോ,തിരിച്ചു നടന്നിടാം...

♦

ചെളിക്കണ്ടത്തിൽ

ചെളിക്കണ്ടത്തിലെ
ഓളപ്പരപ്പിൽ
നമ്മൾ നെയ്തെടുത്തു,
പടിയിറങ്ങാതിന്നും
ഓർമ്മയിൽ.
രൂപമില്ല, സ്നേഹമില്ല,
ശബ്ദമില്ല, പ്രണയവും.

അറിയാതെ നീയകന്നു
പോയെങ്കിലും
മറ്റൊരാളിൽ പാതിജീവൻ
പകുത്തെങ്കിലും
ഇപ്പോഴുമുണ്ട്
നിരന്തരമെന്റെ
കൺമുന്നിൽ.
സ്വപ്നത്തിൽ
നിറങ്ങളിലാറാടി
സ്നേഹത്തിലലിഞ്ഞ്
മായാ മാലാഖയായി
തെളിഞ്ഞു നിൽക്കുന്നു
ജലരേഖയായി.

♦

യുദ്ധം

വാക്കിൽനിന്നുയരുന്നു, യുദ്ധം
തോക്കിൽ ശക്തിയായി.
ബോംബിൽ മൂർച്ചയേറും
സർവ്വനാശത്തിൽ പരിസമാപ്തി.

നമുക്കിടയിലും
യുദ്ധമുണ്ട്
തലങ്ങും വിലങ്ങും
ഒളിഞ്ഞും തെളിഞ്ഞും.
ബോധ മനസ്സും
അബോധ മനസ്സും
യുദ്ധത്തിൽ
മരണത്തിൽ സമാപ്തമാം.
രാജ്യങ്ങൾ തമ്മിൽ
യുദ്ധമായാൽ
ജയപരാജയം
സർവ്വനാശം.

എന്തായാലും
ഒരുകാര്യം സുവ്യക്തം,
യുക്രൈൻ തോറ്റാലും
റഷ്യ വിജയിക്കില്ല.
ഇന്ന്,
പ്രണയത്തിലും
യുദ്ധമുണ്ട്.
കമിതാക്കളുടെ
ദ്വന്ദ്വയുദ്ധം.
പെട്രോളൊഴിച്ചും
കുത്തിക്കൊന്നും
എളുപ്പം തീർപ്പാക്കും.

♦

പൂർവ്വ വിദ്യാർത്ഥികളുടെ വാട്സ് ആപ്പ്

'ചായ കുടിച്ചോ
ചോറ് ബെയിച്ചോ
കഞ്ഞിക്കെന്ത് കറി
ഓറേട പോയിന്...'
വാട്സപ്പ് ഗ്രൂപ്പിൽ
ഇത്യാദി വർത്താനം
പറയാനാണ്
അവർ കൂട്ടായ്മയുണ്ടാക്കിയത്.

പഠിച്ചതോർമ്മയില്ലെങ്കിലും
അങ്ങേലെ കുഞ്ഞമ്മാറമ്മയ്ക്ക്
കളിച്ചതും ഒളിച്ചതും
ചിരിച്ചതും തെറിച്ചതും
ആടിയതും പാടിയതും
ഇന്നും പകൽ വെളിച്ചം.

അൻപയ്യൻ മാഷിന്റെ
ചൂരലടിയിൽ
കാലിൽ ചോര വന്നതും
പറയുമ്പോൾ ഇന്നും കലി മൂക്കും.
തങ്കമ്മ ടീച്ചറ്
ഇടത്തേ കയ്യിൽ
ആഞ്ഞു തച്ചതും
ഷഡ്ഢീല് മൂത്രിച്ചതും
ഖാദറിനിന്നും അരിശം കൊള്ളും.
കുരമ്പ ചൂടി
ക്ലാസ്സിൽ കയറിയതിന്

ചിരുതേയിക്ക് കിട്ടിയത്
ചൂടാറാതെ.
പ്രഭാരൻ മാഷിന്റെ
കണക്കിൽ കിട്ടി
എല്ലാവർക്കും കണക്കിന്.
കിട്ടിയതെല്ലാം പെരുത്ത്
പൊള്ളിയെങ്കിലും
ഓർമയിലെന്നും
കുളുത്തത് കുടിച്ച
തണുപ്പനുഭവം.

♦

അവൾ

ജീവിതത്തിൽ
തകർത്തു പെയ്യാൻ
അവൾ,
ഒരുമ്പെട്ടതാണ്.
പൊടുന്നനെ
ആഞ്ഞു വീശിയ
ചക്രവാതം
ചിത്രം തിരുത്തി.
ഇപ്പോൾ
ഒരു നനുത്ത
ചിരിയിലാണ്
പ്രത്യഭിവാദ്യം.

♦

ഒരു നാൾ

തുഴയുകയാണ്
തിരമുറിച്ചവിരാമം
പിടയുകയാണ്
പടനയിച്ചതിവേഗം.
പിടിവിട്ട മണ്ണിനെ
തടയുവാനാകാതെ
പിടിച്ചു നിൽക്കാനൊരു
പിടി വള്ളി തേടുന്നു.
നിരവധി കാലങ്ങളാൽ
ഭൂവിനെ പിളർന്നിട്ടും
പലകുറി പിടഞ്ഞിട്ടും
അടവിതൻ ഗദ്ഗദം
അറിഞ്ഞതേയില്ലവിരാമം.
മേലോട്ടു കുതിക്കുമ്പോൾ
താഴോട്ടു നോക്കാതെ
പണാധിപത്യം കേറി നാം
വെട്ടി രസിക്കയല്ലോ.
ഒരു നാളീ കാറും കോളും
ആസേതുഹിമാചലം
വന്നു പൊതിയും മേലെ
പിടയ്ക്കാൻ വയ്യാത്ത പോൽ.

♦

ക്ലീൻ ചാറ്റ്

മുറിയുന്നു വാക്കുകൾ
പിഴയ്ക്കുന്നു താളങ്ങൾ
പിടയുന്നു പലതുമേ
ചുട്ടുപൊള്ളുന്നകവും.
വിരിയാതഴുകുന്നു
പുറന്തോടിന്നകങ്ങളിൽ
ഹൃദയത്തിലെരിയുന്നു
രോഗാതുര മാനസം.
കണക്കു ചോദിപ്പൂ, കാലം
തടയാൻ പരിച പോരാ
ഉള്ളിലാകെ ഒളിയുദ്ധം
തളരാതിരിപ്പതെങ്ങനെ.
ആരെല്ലാം മറയുന്നു
ഏതെല്ലാം മായുന്നു
ഇടർച്ചയാണഖിലവും
മനസ്സിനകം പെരുമ്പറ.
സ്വയമെല്ലാം ഡിലീറ്റാകും
ക്ലീൻ ചാറ്റിനു കാക്കാതെ
കാലമെന്തൊരു കാലമാം
യുദ്ധക്കലിയാം മണ്ണിടം...

♦

മഴ ചിരിക്കുന്നു രൗദ്രമായ്

മഴ ചിരിക്കുന്നു രൗദ്രമായ്,
പുഴ തല്ലുന്നു പിന്നെയും
മെലിഞ്ഞുണങ്ങിയ കരയെ,
കടലിരമ്പുന്നു, കുരയ്ക്കുന്നു
കടിച്ചു കുടയുന്നു മണ്ണിനെ...
താളം മുറിയുന്നു,
തീരം തകർന്നടിയുന്നു
കര ബഹളമകലുന്നു
നീണ്ട മൗനം, മഹായാനം...
കര കൊണ്ട ക്രൂരത
തിര തിരിച്ചടിക്കുന്നു
കലിയടങ്ങാത്ത കടൽ.
കാളീയരായ നരർ
നെഞ്ചിടിപ്പിൽ പുളയുന്നു
മരണം മണത്ത മഴ
സടകുടഞ്ഞെഴുന്നേൽക്കുന്നു,
പിന്നെയും തിരിച്ചടിക്കുന്നു.
തിരിച്ചു ചോദിക്കുന്നു ഭൂമി-
ഞാൻ തന്ന കാടുകൾ
ഞാൻ നട്ട വിളവുകൾ
ഞാൻ തൊട്ടയാറുകൾ
ഞാൻ പോറ്റിയ മൃഗങ്ങൾ
കാട്ടു നരാധമാ, എവിടെ?
മഴയ്ക്ക് വേറേതോ മുഖം
പിന്നേയും മാറുന്നു ഭാവം,
താളം മുറിയുന്നു,കോലമോ
അഖിലവും ചീർത്തതാം...?
എവിടെ, നരാധമാ പറയൂ..

ഇനിയും വരും ഞാൻ
കലി തുള്ളി പക വീട്ടി
അടങ്ങാത്ത ഭൂതമായി
ഒടുങ്ങാത്ത കലിയായി
കുടത്തിൽ ഉറങ്ങില്ല, നൂനം...

♦

ഓരോ വഴിയിലും

എനിക്ക് വഴി മാറിയിട്ടുണ്ട്
ഓരോ യാത്രയിലും.
വ്യഥയിലും
നിമിഷങ്ങളിലും
കാര്യമില്ലെങ്കിലും
പകച്ചു പോയിട്ടുണ്ട്..
വർണ്ണങ്ങൾ
പ്രലോഭിപ്പിച്ചിട്ടുണ്ട്
കാലം
കണക്കെഴുതിയിട്ടുണ്ട്...
അടഞ്ഞ വാതിലുകൾ
തുറക്കപ്പെട്ടിട്ടുണ്ട്,
ആശയുടെ അരുണ വർണ്ണങ്ങൾ
ജീവിതത്തിന്റെ പ്രത്യാശ
തിരിച്ചെഴുതിയിട്ടുണ്ട്...
ഓരോ തവണയും
മടങ്ങി വരുമ്പോഴും
ഓർമ്മയുടെ ചീളിനാൽ
തല കറങ്ങി വീണിട്ടുണ്ട്.
ബെള്ളിപ്പാടിയുടെ
മരതക വിരലുകൾ
സാന്ത്വനത്തിന്റെ
സ്പർശങ്ങൾ
കൈ നീട്ടുന്നതായി
അരുളപ്പാടുണ്ടായിട്ടുണ്ട്.
അതു കൊണ്ടാണ്
വഴി തെറ്റില്ലെന്ന
ശുഭാപ്തിവിശ്വാസം
പിന്നേയും
കണക്കില്ലാതെ
പ്രലോഭിപ്പിക്കുന്നത്...

♦

ജീവിതം

ഓരോ വാക്കിലും
പല കാര്യങ്ങൾ
ഒളിച്ചിരിപ്പുണ്ട്.
ഓരോ നോക്കിലും
ഒരു പാട്
ആദാനപ്രദാനങ്ങളും...
എന്നാൽ
ജീവിതത്തിൽ
ഭൂതം,ഭാവി,വർത്തമാനം...

♦

ഒട്ടുമാവ്

കാട്ടുവള്ളികളുടെ ശീലങ്ങൾ
നമ്മെ എപ്പോഴും
പലനിലയിൽ
സ്വാധീനിക്കുന്നുണ്ട്.
കെട്ടുപിണഞ്ഞുകിടക്കാനും
വാരിപ്പിടിച്ചു മുത്താനും
തേടിയവള്ളി
കാലിൽ ചുറ്റാനും ഒക്കെ.
എന്നാൽ,
ഒത്തുപിടിച്ചാൽ മലയും പോരും
എന്ന് നമ്മെ പഠിപ്പിച്ചത്
കാട്ടുവള്ളികളല്ല,
തീരെ നിസ്സാരമെന്ന്
നാം അവഗണിച്ചുതള്ളുന്ന
കുഞ്ഞുറുമ്പിൻ കൂട്ടമായിരിക്കണം.
പക്ഷേ,
ഒട്ടുമാവിലേക്ക്
നമ്മെ പ്രേരിപ്പിച്ചത്
ഇന്ത്യൻ ജനാധിപത്യം
തന്നെയായിരിക്കണം...

♦

ഉത്തരം കിട്ടാത്ത ചോദ്യം

ഒരു കാലത്ത്
പുര നിറഞ്ഞായിരുന്നു
അവളുടെ നില്പ്.
കര കവിഞ്ഞ സ്നേഹവും.
ഇന്നവൾ
മിണ്ടാ പ്രാണി.
'അഞ്ഞൂറ് പവനും
ബി എം ഡബ്ല്യൂയും
പത്തേക്കർ സ്ഥലവും'.

എല്ലാം ഭദ്രം.
പിന്നീട്
വീട് കവലയായി
ഇടി മുഴങ്ങി,
പടയൊരുങ്ങി,
കടലിരമ്പി.

വേഷങ്ങളെല്ലാം
പ്രച്ഛന്നമായിരുന്നു.
ഒരു നാൾ
അവളും
ഉത്തരം കിട്ടാത്ത
ചോദ്യമായി.

♦

അടക്കിപ്പിടിച്ച കരച്ചിലുകൾ

എത്ര കരച്ചിലുകളാണ്
ഞാനിങ്ങനെ അടക്കിപ്പിടിച്ചത്
ഒരിക്കലത് തകർത്തു പെയ്യുമെന്ന്
അറിയാമായിരുന്നിട്ടും...
പെണ്ണായി പിറന്നാൽ
പല ജീവിതം, കടലിരമ്പം.
മകളായിരിക്കുമ്പോൾ മാതാപിതാക്കളുടെ കരട്,
കെട്ടിച്ചു വിട്ടാൽ
വരന്റെ വീട്ടിലെ ബാധ,
കുടുംബമായാൽ
അവർക്കിടയിലെ പന്ത്....!പ്രായമായാൽ
വൃദ്ധ മന്ദിരത്തിലെ അന്തേവാസി?
മരണം കാക്കുന്ന കിളവി...

♦

ശബ്ദങ്ങൾ

ജീവിക്കുന്നവരുടേയും
മരിച്ചവരുടേയും
ശബ്ദങ്ങളിവിടെ
അലയടിക്കുന്നു..
തമ്മിലുരസി
ഗതി മാറി
അനന്തമനുസ്യൂത
പ്രയാണം..
ഒരാൾക്കു തന്നെയുണ്ടല്ലോ
ഓരോ കാലത്തും
വെവ്വേറെ ശബ്ദങ്ങൾ..
പലരും
എന്നോ ഉപേക്ഷിച്ച
ശബ്ദങ്ങൾ
തിരിച്ചറിഞ്ഞെങ്കിൽ..
പ്രകൃതി എങ്ങനെയാണ്
ഗതിയില്ലാത്ത
ശബ്ദങ്ങളെ സൂക്ഷിക്കുന്നത്..?
മരണമില്ലാത്ത,
വേറിട്ട ശബ്ദങ്ങൾ
വീണ്ടെടുക്കുന്നതെങ്ങനെ?
ഞാനും നിങ്ങളും
ജീവിതകാലം
മുഴക്കുന്ന ശബ്ദങ്ങൾ
മരണത്തോടെ
മണ്ണടിയുന്നില്ലല്ലോ...
എല്ലാ ശബ്ദങ്ങളും
വീണ്ടെടുത്താൽ

നല്ലതും ചീത്തയും
വേർതിരിച്ചാൽ
ചീത്ത നല്ലതിനെ
വിഴുങ്ങുമല്ലോ.
ഒരു നാൾ കാലം
പുറത്തെടുക്കുമോ
വേർതിരിക്കുമോ
ദുരൂഹമായ
ശബ്ദങ്ങളെ,
ഉടമകളെ...?

♦

പ്രണയം ഇന്നലെയും ഉണ്ടായിരുന്നു

പ്രണയം ഇന്നലെയും
ഉണ്ടായിരുന്നു,
പ്രണയാഭ്യർത്ഥനയും...
ഓരോ വാക്കിലും
പ്രണയം പൂക്കണം
ഓരോ പ്രവൃത്തിയിലും
ഹൃദയം തൊടണം,
അവന്റെ ഭ്രാന്തിന്
മറുപടിയല്ല
അവളുടെ ജീവൻ,
അവന്റെ പകയുടെ
നീക്കി ബാക്കിയല്ല
അവളുടെ ജന്മം..
കത്തിയിൽ പിടഞ്ഞത്
കേരളം ഒന്നടങ്കം.
പ്രണയ പാപത്തിൽ
മുങ്ങിക്കുളിച്ചു നീ
നിവരുമ്പോൾ
നാടൊരുങ്ങുമോ
എതിരേൽക്കാൻ
പതിവുപോലെ..?!
കേരളമൊന്നായി
കല്ലെറിഞ്ഞാലും
ഒഴിഞ്ഞു പോകാ
നെറികേടു നീ....?!

♦

ഇ-ക്ലാസ്സ്

ഇ-ക്ലാസ് തുടങ്ങി.
കുട്ടികളും അധ്യാപകരും
വീട്ടിൽ.
കുട്ടികൾ-

പബ്ജി
ഫ്രീ ഫയർ
ക്യാഷ് ഫയർ
സൊറാബ്ജി.
അധ്യാപകർ-
മാഷ്,

സെക്ടറൽ മജിസ്ട്രേറ്റ്,
വിക്ടർ ചാനൽ,
വാട്സാപ്പ് ഗ്രൂപ്പ്.
ഹെഡ് മാഷ്-
ട്രഷറി,
സ്കൂൾ,
വീട്,
വീട്,
സ്കൂൾ,
ട്രഷറി.
ഇ-ക്ലാസ്
എ-ക്ലാസ്
അ-ക്ലാസ്
ഒ-ക്ലാസ്
കചടതപ.

♦

നാടിന്റെ നോവുകൾ

കാടു പോയ നാട്ടിലെന്തുണ്ട്
അന്തമില്ലാത്ത വറുതി മാത്രം
കൃഷി മതിയായ നാട്ടിലെന്തുണ്ട്
നിലമറിയാത്ത ഒരു പറ്റമാളുകൾ...
നാടിനിത്തിരി ഭാവമേകാൻ
ഇല്ല, കന്മഷമില്ലാത്തോർ..
കണ്ണില്ല,കരളില്ല,കാതുമില്ല
കണ്ണീരുമലിവുമൊട്ടുമില്ല.
വെള്ളക്കുപ്പായമിട്ടു പോവാൻ
ഹൃദയമില്ലാത്ത നഗരമുണ്ട്,
ഇരുളിൻ ചുരുളുകൾ വന്നിറങ്ങും
മതപ്പിശാചിൻ മാടമല്ലേ...
രക്തം മണക്കും തെരുവുമുണ്ട്
മദിച്ചു വാഴാൻ ബലിനിലവും..
നെറ്റിൽ വാഴുന്ന മനുഷ്യരായി
തെറ്റിൽ പിറക്കും രാത്രികളും
കൂടപ്പിറപ്പായിട്ടാരുമില്ല,
കൂടെ വന്നവരും കല്ലറിയും..
നാടു കൈവിട്ടു പോയല്ലോ
നാണമില്ലാ നടനമെങ്ങും...
പട്ടിണി തിന്ന നമ്മളല്ലോ
പട്ടണത്തിലശ്വമേധം...

♦

നമുക്കിടയിൽ

നമുക്കിടയിൽ
ഒരു പാലമുണ്ട്.
മെലിഞ്ഞ്
പൊട്ടിപ്പൊളിഞ്ഞ
കവുങ്ങിൻ പാലം.
എന്നാലും
അതിലിപ്പോഴും
ആളുകൾ കടക്കാറുണ്ട്.
നമുക്കിടയിൽ
ബ്ലാക്ക് ആന്റ് വൈറ്റ്
ടെലിവിഷനുണ്ട്.
അതിലിപ്പോഴും
ദൃശ്യങ്ങൾ മിന്നിമറയുന്നു.
നമുക്കിടയിൽ
പണ്ടെങ്ങോ
കൊഴിഞ്ഞു വീണ
ഒരു റോസാ പൂവുണ്ട്,
വാടിയതാണെങ്കിലും
അതിപ്പോഴും
നമ്മുടെ പ്രണയത്തിന്റെ
മധുരനൊമ്പരം തൂകാറുണ്ട്.

♦

വിദ്യാലയം

വിദ്യാലയം
കിടപ്പിലും
കുട്ടികൾ
തടവിലും...
അധ്യാപകർ
ആപ്പിലും
രക്ഷിതാക്കൾ
അങ്കലാപ്പിലും...
'നാളെ'
ചോദ്യവും
'നീളെ'
ഉത്തരവും...
'എങ്ങനെ?'
സംശയവും
'ഇങ്ങനെ'
സങ്കല്പവും...
എല്ലാം
ഒടുങ്ങും..
തുടങ്ങൽ
അനിശ്ചിതം...?!

♦

മറവി

മറവിയും കൊണ്ടാണി-
വന്റെ പിറവി
മുത്തശ്ശി പുലമ്പി.
എല്ലാ കാര്യവും
മരണം വരെ
ഓർത്താൽ
തല പൊട്ടൂലേ
മകളുടെ മറുമൊഴി..
ത്രാസ്സിൽ വെച്ചാൽ
ഓർമ്മ താഴണ്ടെയെന്ന്
ഭാര്യയുടെ തുലനം.
അച്ഛനിങ്ങനെത്തന്നെയെന്ന്
മകന്റെ തള്ളും..
മറവിയുടെ എരിവിൽ
ഞാൻ നീറി..
തികച്ചും
അഗ്രസ്സീവായി
കോൺട്രാ എൻട്രി
പാസ്സാക്കി
പ്രശ്നം സോൾവ്ഡ്...

♦

ജൂൺ അഞ്ച്

ജൂൺ അഞ്ച്
തന്നെത്തന്നെ ഓർക്കുന്നു.
എത്ര കാലം
മനുഷ്യർ കൊല്ലാതെ
കലണ്ടറിൽ ഇങ്ങനെ.

എന്നും
ഒരേ കുഴി, ഒരേ നനവ്.
നടനം നാട്യം.
കെട്ടഴിക്കൂ, വിലാപം
സാകൂതം കേൾക്കൂ.

പലയാളുകൾ പല നിറത്തിൽ
പല ഭാവത്തിൽ പരിഹസിക്കുന്നു.
പരിതാപമുണ്ട്,
എന്റെ ജീവനും ഭൂമിയ്ക്കും.

♦

ചിത

ചുമന്നതാരെല്ലാം?
കല്ലെറിഞ്ഞവർ
പൂ തന്നവർ
മുള്ളിട്ടവർ
തള്ളിയിട്ടവർ.

ക്യൂവിലാണ്,
ഒരു നോക്കു കണ്ട്
പല വാക്കു പറയാൻ
ജീവിതത്തെ
പോസ്റ്റ്മോർട്ടം നടത്താൻ.

നാലാളു വന്നു
അങ്ങേ വീട്ടിൽ ശവദാഹം.
അകമ്പടി പ്രോട്ടോകോൾ.
ജനിച്ചാൽ മരിക്കണം.
മരിച്ചവരും അകലം പാലിച്ചു.

♦

തിരച്ചിൽ

ഓരോരുത്തരും
ഓരോ തിരച്ചിലിൽ.
മക്കൾ നെറ്റിൽ,
നാം ജീവിതത്തിൽ.
ഒറ്റ തിരച്ചിലിൽ
ഒന്നും കാണില്ല.
വിയർത്തൊലിക്കണം.

എത്ര കാലമായി
ഈ തിരച്ചിൽ?
കടലിലും കരയിലും,
തിര പിന്നേയും.
അവനു നെറ്റിൽ
അവളെ കിട്ടി.

ഞാനെവിടെയാണ്
എന്നെ തിരയേണ്ടത്?
വൈറസിന്റെ
കടന്നാക്രമണത്തിൽ
ഗൂഗിൾ പണിമുടക്കിലാണ്.

♦

ഒരുമിച്ചിരിക്കുമ്പോൾ

ഒരുമിച്ചിരിക്കുമ്പോൾ
ഹൃദയങ്ങൾ ചിരിക്കുന്നു,
ഒരുമിച്ചിരിക്കുമ്പോൾ
നമുക്കിടയിലെ മതിലുകൾ
താനേ ഇടിയുന്നു,
ഒരുമിച്ചിരിക്കുമ്പോൾ
നമുക്കിടയിൽ
ഒരു പുതുപാലം
പണിതപോൽ,
ഒരുമിച്ചിരിക്കുമ്പോൾ
നാമറിയാത്ത
ഹൃദയവികാരങ്ങൾ
രാസക്രീഡയിലെന്ന പോലെ..
ഒരുമിച്ചിരിക്കുമ്പോൾ
ഞാനെന്ന പുസ്തകം
നീ കാണാപാഠം പഠിച്ച പോൽ..
ഒരുമിച്ചിരിക്കുമ്പോൾ
എനിക്കും നിനക്കുമിടയിൽ
ഒരു പൂങ്കാവനം പ്രത്യക്ഷപ്പെട്ട പോലെ...
വേർപിരിയാതിരിക്കാൻ
ഇരുമെയ്യിലൊന്നായി-
ടതൂർന്ന് വളർന്നേക്കാം...

♦

പക്ഷെ

ഒരു പക്ഷെ,
ഞാൻ നിന്റെ അയൽക്കാരനായിരിക്കാം
എന്നാൽ നല്ലൊരു മിത്രമാവണമെന്നില്ല..
കാരണം ഞാനും നീയും
ചിന്തിക്കുന്നത് വ്യത്യസ്തം
ചെയ്യുന്നത് വ്യത്യസ്തം
ആഹരിക്കുന്നത് വ്യത്യസ്തം;
ആകപ്പാടെ അജഗജാന്തരം..
അതുകൊണ്ടാണല്ലോ
നമ്മൾ
പുറം തിരിഞ്ഞിരുന്ന്
പുറം ചൊറിയാത്തത്!

♦

കർഷകൻ

വിണ്ടു കീറിയ പാടം പോൽ
നിന്റെ ജീവിതം തപിക്കവേ,
കണ്ടകശ്ശനി ബാധിച്ചപോൽ
രാജ്യവും പതറുന്നു നിശ്ചയം..
അങ്ങു നവദില്ലിയിൽ ദിഗന്തങ്ങൾ
പൊട്ടുമാറുച്ചത്തിൽ മുഴങ്ങുമാ-
ശബ്ദങ്ങൾ വെറും മുദ്രാവാക്യങ്ങള-
ല്ലെന്നറിയുന്നൂ നൂനമീഭാരതം..
വിത്തെറിയുന്ന കൈകൾ കൊണ്ടു നീ
ജീവിതം തന്നെയെറിഞ്ഞുടക്കവേ
എന്റെ വയറിൽ വറുതി വേവുന്നു,
കൊറോണ തോൽക്കുന്നു ഭീതിയാൽ.
ഉരിയരിച്ചോറുണ്ണാൻ മറന്ന നീ
ഉറിയിൽ കരുതിയില്ലൊരു തുട്ടുമേ..
ഉണ്ട ചോറിനു നന്ദി കാട്ടുവാൻ
ഇണ്ടൽ കൊണ്ടെനിക്കു നിവൃത്തിയില്ലതേ..
പണ്ടേ നീയൊരു ബലരാമനാണെന്ന സത്യം
കണ്ടറിയുന്നൂ ഞാനീകലിയുഗത്തിലും
ഇല്ല, വെറുതെയാവില്ലയൊന്നും
കത്തിയമരുമെല്ലാകുരുതിയുമീയെരിതീയിലൊന്നാകെ....

♦

വീട്ടു തടങ്കൽ

എത്ര ഉച്ചത്തിൽ
വിളിച്ചു പറഞ്ഞിട്ടും
അവന് യാതൊരു
കുലുക്കവുമില്ല...
ഞാനെന്തിന് കുലുങ്ങണം
നിങ്ങൾ പറയുന്നതൊക്കെ
ഇന്നലെകളുടെ മാത്രം
നീതിവാക്യങ്ങളല്ലേ..
ദൂരം അളന്നു നോക്കൂ,
എത്ര കാതങ്ങൾ
പിന്നിട്ടതാണ്
നിങ്ങളുടെ നടത്തം..
കരിഞ്ഞ ചപ്പിലക്കൂട്ടങ്ങൾക്കും
ചുട്ടു പൊള്ളുന്ന
മണൽത്തരികൾക്കും
മുകളിലൂടെയാണെങ്കിൽ,
എന്റെ നടത്തം
ഇന്റർനെറ്റിന്റെ
മാസ്മരിക വീഥിയിലൂടെയാണ്...
വ്യക്തിയിൽ നിന്നും
സമഷ്ടിയിലേയ്ക്ക്
ഒഴുകുകയായിരുന്നു
നിങ്ങളിത്രയും കാലം..
എന്നാൽ....
ഞാനിന്ന്
വായും മൂക്കും
പൊത്തി
വീട്ടു തടങ്കലിൽ....!?

♦

വാക്കിനുള്ളിലെ വിക്ക്

കിതച്ചു കിതച്ചു
അയാൾ വരുമ്പോൾ
ഉള്ളിനുള്ളിലെ തീക്കനലുകൾ
ആളിക്കത്തുമെന്ന്
ഞാനോർത്തു.
അർത്ഥവും നാനാർത്ഥവും
തേടാൻ മാത്രം
ഗഹനമായ പദാവലികൾ,
ഒറ്റ ശ്വാസത്തിൽ
അണമുറിയാത്ത
അഴീക്കോട് പ്രഭാഷണം
സാഗരഗർജ്ജനമായി
കർണ്ണപടങ്ങളിൽ
പ്രതിധ്വനിയുതിർത്തുമെന്ന്
പ്രതീക്ഷിച്ചു...
കാറും കോളുമില്ലാതെ
പെയ്ത മഴപോലെ
അകത്തൊന്നും
ആഴത്തിൽ സ്പർശിക്കാതെ
അവയെല്ലാം വെറും
വാക്കിനുള്ളിലെ വിക്കായി
മാറുക മാത്രമായിരുന്നു...

♦

തുളുനാട്

കാലം കൊത്തിയ
കരുതൽ കവിതയാം
തുളുനാടഭൗമം,ധന്യം...
നുണഞ്ഞു,കവി പി
തന്നെത്തന്നെ തേടുവാൻ
തെക്കും വടക്കും നോക്കി
കവിതക്കൽക്കണ്ടം...
കവിതക്കാക്കയുബൈദോ
അഴുക്കുകൾ കൊത്തി
സർവ്വവും വൃത്തിയാക്കി...
ഭാഷ പതിനെട്ടിൽ
കോറിയിട്ടനവരതം
കവി ഗോവിന്ദപ്പൈ
നിറവേകി നമുക്കേറ്റം...
കയ്യാറും തിരുമുമ്പും
പുഷ്കലമാക്കിയീ
മണ്ണിനെ, സവിസ്തരം...
പയസ്വിനി,തേജസ്വിനി,
മധുവാഹിനിപ്പുഴകൾ
കർണ്ണാടകം തലോടി-
യറബിക്കടലിൽ മുത്ത-
മിട്ടൊഴുകിയൊരു മഹാകാവ്യമായ്....
ചൊല്ലെഴുമിക്കേരിനായ്ക്കർ
പൊവ്വൽ,ബേക്കൽ കോട്ടകൾ
ചരിത്രം പലവിധം ഭാവാർദ്രം,
ലിഖിതം, വേറിട്ടൊരാഖ്യായിക...
കോഴിക്കെട്ടും പോത്തോട്ടവും
ദേശത്തനിമ നിറഞ്ഞാടി...

പൊസഡിക്കുംബയുടെ
കന്നടപ്പെരുമയിൽ
പൂത്തുനിൽക്കുന്നിടം,
പക്ഷിപ്പാട്ടിൻറെയിശലുകളിൽ
ചിറകടിക്കുന്ന കരയിടം
യക്ഷഗാനകേദാരം
പാർത്ഥിസുബ്ബസ്പർശം...
തുംഗമാം പൈവളികെയുടെ...
തീക്ഷ്ണമാം പോരാട്ടത്തിൽ
നൊന്തു പെറ്റ തുളുനാടേ
പ്രണമിക്കുന്നൂ, ഞാൻ വാചാലം
തിരിച്ചറിയുന്നൂ നിൻ
ഉണ്മയത്രയും; വിസ്മയം
♦

തറവാട്

അമ്മയും വല്ല്യമ്മയും
നാട്ടുപ്പയമ
പങ്കുവെച്ച ഇടം,
ഓർമ്മയുടെ
ഓരം പറ്റി
മോണ കാട്ടി
പല്ലിളിക്കുന്നുണ്ട്.
കരക്കയിൽ നിന്നും
നന്ദിനിയും ചോമുവും
പിണ്ണാക്കിട്ട തെളിവെള്ളത്തിനായി
'അമ്പേ' എന്നലറുന്നുണ്ട്.
നങ്ങേലിപ്പൂച്ച
അടുപ്പിലെ ചൂട്
തേയാഞ്ഞ് കാലുരുമ്മി
പയ്യാരം പറയുന്നുണ്ട്.
മുറ്റത്തെ പടിഞ്ഞാറെ
ചായ്പ്പിൽ നിന്നും
'ടിപ്പു' നായ
ആരോ വരുന്നുണ്ടെന്നറിയിക്കാൻ
മോങ്ങി മുരളുന്നുണ്ട്.
കിഴക്കേടം ചേർത്തുള്ള
കോഴിക്കൂട്ടിൽ നിന്നും
ഗോതമ്പുമണി
കിട്ടാത്തതിന്റെ ബേജാറ്
കീയോം കീയോം ചൊല്ലി
കോഴികൾ നിരന്തരമറിയിക്കുന്നുണ്ട്.
കണക്കുകൂട്ടാതെ
കാടിളക്കാതെ

ജീവിക്കാൻ മറന്നുപോയ
തറവാട്ടിലിപ്പോൾ
അടക്കം പറച്ചിലുകൾ മാത്രം..
സ്നേഹം കൊണ്ട് തുന്നിയെടുത്ത
പൂർവ്വികർക്കിപ്പോൾ
സ്വർഗ്ഗത്തിൽപ്പോലും
നരകച്ചിന്തയാണെന്നാക്ഷേപം....
നമ്മെപ്പോലെ പൗരത്വം
തെളിയിക്കാനുള്ള
അലച്ചിലുകളവർക്കുണ്ടായില്ല,
കൂട്ടലും കിഴിക്കലും
കൂട്ടിക്കൊടുപ്പും കൊണ്ടല്ല
അവർ ജീവിതം മെനഞ്ഞത്..
ജീവിതത്തിന്റെ രണ്ടറ്റവും
കൂട്ടിമുട്ടിയില്ലെങ്കിലും
ജീവിതമെന്തെന്നവർ
നിരന്തരം നമ്മെ പഠിപ്പിക്കുന്നുണ്ട്...
എട്ടുകെട്ടില്ലാത്ത
തറവാട്ടിലെ
കൂട്ടായ്മയുടെയാഴംകൊണ്ട്...

♦

www.ingramcontent.com/pod-product-compliance
Lightning Source LLC
LaVergne TN
LVHW060424051026
849518LV00007B/2697
* 9 7 8 9 3 4 9 7 2 7 9 3 9 *